ಸ್ಮೃತಿ

ಸವಿನೆನಪಿನ ಸಾಲುಗಳು

ಕವನಸಂಕಲನ

ಡಾ. ಮೃದುಲಾ ಏ ಎಮ್

ಮರೆತುಹೋದ ಕನಸುಗಳ ನೆನಪಿನಲಿ..

ಪರಿವಿಡಿ

ಮುನ್ನುಡಿ

ಉದ್ಯೋಗದಲ್ಲಿರುವ ಮಹಿಳೆಯರಿಗೆ ತಮ್ಮ ಸಂಸಾರದ ಜವಾಬ್ದಾರಿಯೊಂದಿಗೆ ಅನೇಕ ಜವಾಬ್ದಾರಿಗಳ ಸರಮಾಲೆಯೇ ಜೊತೆಯಾಗಿರುತ್ತವೆ.ಅದರಲ್ಲೂ ವೈದ್ಯ ವೃತ್ತಿಯಲ್ಲಿರುವ ಮಹಿಳೆಯರು ಅನೇಕಾನೇಕ ಸವಾಲುಗಳನ್ನು ಎದುರಿಸುವುದು ಅನಿವಾರ್ಯ. ಇದರೆಲ್ಲದರ ನಡುವೆ ಅವರ ಆಸೆ ಆಕಾಂಕ್ಷೆ, ಹವ್ಯಾಸವೆಲ್ಲವೂ ಗಾಳಿಯಲ್ಲಿ ಬೆರೆತುಹೋಗುವುದು ಸಾಮಾನ್ಯವಾಗಿದೆ.

ಡಾ ಮೃದುಲಾ ಸೃಜನಶೀಲರು. ತಮ್ಮ ಸಾಂಸಾರಿಕ ಜೀವನ ಮತ್ತು ವೃತ್ತಿಜೀವನವನ್ನು ಸರಿದೂಗಿಸುವಲ್ಲಿ ನಿಷ್ಣಾತರು. ವಿದ್ಯಾರ್ಥಿ ದೆಸೆಯಲ್ಲಿ ಮೃದುಲಾ ತುಂಬಾ ಶಿಸ್ತಿನ ಹುಡುಗಿ. ತನ್ನ ಮೃದುತ್ವ, ಶ್ರದ್ಧೆ, ಜಾಣ್ಮೆ, ವಿನಯ, ವಿಧೇಯತೆಗಳಿಂದ ಎಲ್ಲಾ ಶಿಕ್ಷಕರ ಮೆಚ್ಚಿನ ವಿದ್ಯಾರ್ಥಿನಿಯಾಗಿ ಎಲ್ಲದರಲ್ಲೂ ಉತ್ತಮ ಶ್ರೇಣಿಗಳಿಸಿ ಮಿಂಚುತ್ತಿದ್ದಳು. ಈಗಲೂ ತಮ್ಮೆಲ್ಲ ಕೆಲಸದ ಒತ್ತಡಗಳನ್ನು ಮೀರಿ ತಮ್ಮ ಸಾಹಿತ್ಯಾಭಿರುಚಿಯನ್ನು ಉಳಿಸಿ ಬೆಳೆಸಿಕೊಂಡಿರುವುದು ಹೆಮ್ಮೆಯ ವಿಚಾರ. ಅವರ ಕವನಗಳಲ್ಲಿ ಅವರ ಉತ್ತಮ ವೈಚಾರಿಕತೆ, ಪ್ರತಿಭೆ, ನಿಪುಣತೆ, ಲವಲವಿಕೆ, ವೈವಿಧ್ಯತೆ ಎದ್ದು ಕಾಣುತ್ತಿದೆ. ಸರಳ ಭಾಷೆಯಲ್ಲಿ ಮೂಡಿಬಂದ ಅವರ ಈ ಕವನಗಳು ಶ್ಲಾಘನೆಗೆ ಅರ್ಹವಾಗಿವೆ.

ವೈದ್ಯ ವೃತ್ತಿಯೊಂದಿಗೆ ಕನ್ನಡವನ್ನು ಮೆಚ್ಚಿ ರಚಿಸಿದ ನಿಮ್ಮ ಈ ಕವನಸಂಕಲನ ಕನ್ನಡಾಂಬೆಯ ಮುಡಿಗೊಂದು ಗರಿಯಾಗಲೆಂದು ಹಾರೈಸುವೆ.

ಶ್ರೀಮತಿ ಶಶಿಕಲಾ ಕರಕರಡ್ಡಿ.

ಹಿರಿಯ ಕನ್ನಡ ಪ್ರಾಧ್ಯಾಪಕಿ

ಹುಬ್ಬಳ್ಳಿ

ಪೀಟಿಕೆ.

ಬದುಕಿನಲ್ಲಿ ಬರುವ ಎಷ್ಟೋ ಸಂದರ್ಭಗಳಲ್ಲಿ ಕೆಲವೊಮ್ಮೆ ಹೇಗೆ ದಿಗ್ಭ್ರಾಂತರಾಗುತ್ತೇವೆ ಎಂದರೆ ಅದನ್ನು ವರ್ಣಿಸಲು ಮಾತುಗಳೇ ಹೊರಡುವುದಿಲ್ಲ. ಸುಂದರ ಸೂರ್ಯಾಸ್ತವನು ಕಂಡಾಗ ; ನವಿಲು ಗರಿ ಬಿಚ್ಚಿ ನರ್ತಿಸುವುದ ನೋಡಿದಾಗ ; ಸಿಡಿಲು ಒಮ್ಮೆಲೇ ಬಡಿದೆಬ್ಬಿಸಿದಾಗ; ನಲ್ಲ ಮೊದಲ ಬಾರಿ ಕೈ ಹಿಡಿದಾಗ ; ಮಗು ಸಣ್ಣಗೆ ತೊದಲು ನುಡಿದಾಗ; ಕಟ್ಟಿದ ಕನಸು ಕೈಗೆಟುಕದಿದ್ದಾಗ; ಬೇಕಾದವರು ಬಿಟ್ಟುಹೋದಾಗ, ಬರುವೆನೆಂದವರು ಬಾರದಿದ್ದಾಗ; ಹೃದಯವು ಮತ್ತೆ ಮತ್ತೆ ಒಡೆದಾಗ... ಎಷ್ಟೋ ಸಂದರ್ಭಗಳಲ್ಲಿ ಮಾತುಗಳೇ ಹೊರಡುವುದಿಲ್ಲ. ಆಗ ಮೂಡುವುದೇ, ಕವಿತೆ.

ಹೀಗೆ ಹುಟ್ಟಿದ ಕವಿತೆಗಳನೆಲ್ಲ ಸಂಗ್ರಹಿಸಿ, ತಮ್ಮ ಇಂತಹದೇ ಆದ ಭಾವಗಳೊಂದಿಗೆ ಸ್ಪಂದಿಸುವ ಪ್ರಯತ್ನ, ನನ್ನ ಈ ಮೊದಲ ಕವನಸಂಕಲನ, ಸ್ಮೃತಿ . ಇಲ್ಲಿ ಬರುವ ಅನೇಕ ಕವಿತೆಗಳು ಆಗಲೇ ಇತರ ಪತ್ರಿಕೆಗಳಲ್ಲಿ, ಪ್ರಾತಿನಿಧಿಕ ಕವನಸಂಕಲನದಲ್ಲಿ ಪ್ರಕಟವಾಗಿರುತ್ತವೆ. ಈವರೆಗಿನ ಎಲ್ಲಾ ಕವಿತೆಗಳನ್ನು ಒಂದು ಜಾಗದಲ್ಲಿ ಹಿಡಿದಿಡುವ ಕಾರ್ಯ ಇದಾಗಿದೆ.

ಈ ಕವಿತೆಗಳು ಮನದಾಳದಿಂದ ಹೊರಬರುವಂತೆ ಮಾಡಿದ

ಆ ಜೀವನದ ಸನ್ನಿವೇಶಗಳಿಗೆ, ಮನುಷ್ಯರಿಗೆ, ಪರಿಸ್ಥಿತಿಗಳಿಗೆ ಹಾಗೂ ಪ್ರಕೃತಿಗೆ ನಾನು ಅಭಿನಂದನೆಗಳನ್ನು ಸಲ್ಲಿಸುತ್ತೇನೆ. ಅವುಗಳಿಲ್ಲದೆ ಇದು ಇರುತ್ತಿರಲಿಲ್ಲ.

ನನ್ನನು ಪ್ರೋತ್ಸಾಹಿಸಿದ ನನ್ನ ಪರಿವಾರ ಮತ್ತು ಸ್ನೇಹಿತರಿಗೆ ನನ್ನ ಕೃತಜ್ಞತೆಗಳನ್ನು ಅರ್ಪಿಸುತ್ತೇನೆ . ಈ ಪುಸ್ತಕಕ್ಕೆ ಮುನ್ನುಡಿಯನ್ನು ಬರೆದು ಆಶೀರ್ವದಿಸಿದ ನನ್ನ ಕನ್ನಡ ಗುರುಗಳಾದ ಡಾ.ಶಶಿಕಲಾ ಕರಕರಡ್ಡಿ ಮ್ಯಾಡಂ ಅವರಿಗೆ ನನ್ನ ಹೃತ್ಪೂರ್ವಕ ನಮನಗಳನ್ನು ಸಲ್ಲಿಸುತ್ತೇನೆ. ಆವರು ಶಾಲೆಯಲ್ಲಿ ಕನ್ನಡ ಪ್ರೇಮವನ್ನು ಬೆಳೆಸಿದ ಪರಿಣಾಮವೇ ಈ ಕವನಸಂಕಲನ. ಕನ್ನಡ ಭಾಷೆಯ ಅದ್ಭುತ ಸೌಂದರ್ಯವನ್ನು ನಮಗೆ ಪರಿಚಯಿಸಿದ ಶ್ರೇಯ ಅವರಿಗೆ ಸಲ್ಲುತ್ತದೆ.

ಈ ಸಂಕಲನದ ಕವಿತೆಗಳಿಗೆ ಸುಂದರ ಮತ್ತು ಸೂಕ್ತವಾದ ಚಿತ್ರಗಳನ್ನು ಬರೆದುಕೊಟ್ಟ ಅದ್ಭುತ ಕಲಾವಿದೆ, ನನ್ನ ಜೀವದ ಗೆಳತಿ, ಡಾ. ನಾಗಶ್ರೀ ನಲ್ಲಪೇಟ ರವರಿಗೆ ನನ್ನ ಪ್ರೀತಿಪೂರ್ವಕ ಕೃತಜ್ಞತೆಗಳು.

ಕವಿತೆಗಳನ್ನು ಮುಕ್ತ ಮನಸ್ಸಿನಿಂದ ಓದಿ, ಆನಂದಿಸಿ, ಆಶೀರ್ವದಿಸಿ.

ಧನ್ಯವಾದಗಳು,

ಡಾ.ಮೃದುಲಾ.ಏ.ಎಮ್

ಸಂಬಂಧ - ಸಡಗರ

೧. ತಂದೆ.

ಕೈಹಿಡಿದು ನಡೆಸಿದೆ,

ಕೇಳಿದ್ದ ಕೊಡಿಸಿದೆ,

ಸಂಕಷ್ಟ ಬಂದಾಗ, ಸದ್ದಿಲ್ಲದೆ ಜೊತೆಗಿದ್ದೆ.

ತಾಯಿ ದೇವತೆಯಾದರೆ, ನೀನು ವರವಾದೆ, ತಂದೆ !

೨. ಕನಸು

ಕೂತಾಗ ನಿಂತಾಗ ಚಡಪಡಿಸುವಂತೆ ಮಾಡಿದರೆಯೇ

ಸೊಗಸು.

ಡಾ.ಮೃದುಲಾ.ಎ.ಎಮ್

ನಿದ್ರಿಸಲು ಬಿಟ್ಟರೆ, ಅದ್ಯಾವ ಮಹಾ ಕನಸು !

೩. ಕನ್ನಡ

ದುಂಡಾದ ಸದ್ರೂಪ,

ಕೇಳೋಕೆ ಸುಶ್ರಾವ್ಯ,

ತುಟಿಮೇಲೆ ಹಿತವಾದ್ದು.

ಹೃದಯದೊಳ್ ನೆಲೆಸಿತ್ತು, ಕನ್ನಡದ ನುಡಿಮುತ್ತು.

ಆ. ಬಾರರು

ಹಿಂತಿರುಗಿ ಬಾರರು ಈ ಮೂವರು.

ಕಳೆದ್ಹೋದ ಸಮಯ,

ಜಾಹೋದ ಮಾತು,ಮನನೊಂದುಕೊಂಡ

ಹಳೆಗೆಳೆಯರು.

ಇ. ಸುಂದರ ಸಂಜೆಗಳು.

ಜೋಲಿಹೊಡೆಸುತ್ತಿತ್ತು ತೂಗುಯ್ಯಾಲೆ...

ಕೈಯಲ್ಲಿತ್ತು ನೆಚ್ಚಿನ ಪುಸ್ತಕದ ಹಾಳೆ.

ಕೇಳಿತ್ತು ದೂರದಲಿ ಕೋಗಿಲೆಯ ಕರೆಯೋಲೆ,

ಡಾ.ಮೃದುಲಾ.ಎ.ಎಮ್

ಸರ್ವಜ್ಞ ಹೇಳಿದಂತೆ ಸ್ವರ್ಗವಾಗುತ್ತಿತ್ತು,

ಸಂಜೆಯ ಈ ಸರಮಾಲೆ....

ತಂದುಕೊಟ್ಟಿದ್ದರೆ ಬಿಸಿ ಕಾಫಿ, ಯಾರಾದರು ಆ ವೇಳೆ.

೭. ರವಿವಾರ

ರವಿವಾರದ ಮುಂಜಾನೆಗಳು ಚೆಂದ.

ಮೆಲ್ಲಗೆ ಎದ್ದು, ಮೈಯನು ಮುರಿದು,

ಪತ್ರಿಕೆ ಓದುತ , ಕಾಫಿಯ ಸವಿಯುವ,

ಅವಸರವಿಲ್ಲದ ಆನಂದ !!

೭. ಬೇಸಿಗೆ

ಬೆಂದ- ಕಾಳೂರಿಗೆ

ವರುಣ ಬಂದ ಮೆಲ್ಲಗೆ.

ಒಂದೇ ಒಂದು ದಾಳಿಗೆ

ಓಡಿ ಹೋಯ್ತು ಬೇಸಿಗೆ.

ಡಾ.ಮೃದುಲಾ.ಎ.ಎಮ್

೭. ರಾಮ

ಧರ್ಮದ ರಕ್ಷಕ , ಕರ್ತವ್ಯ ಪಾಲಕ,

ಜೊತೆಗೆ ಮಂದಹಾಸದ,

ಆ ಸುಂದರ ಮುಖ !

ಹೇಗೆ ಸ್ಮರಿಸದಿರಲಿ ನಾ ನಿನ್ನ ನಾಮ ?

ಮಯಾರ್ದಾಪುರುಷೋತ್ತಮ, ನೀನೊಬ್ಬನೇ.

ಶ್ರೀ ರಾಮ

೯. ದೇಶ

ಹೆಸರು ಕೇಳಿದೊಡನೆಯೇ, ಮನದಲ್ಲೇನೋ ಹೆಮ್ಮೆ,

ಏನೋ ಒಂದು ಹರುಷ.

ಮಧುರ, ಸುಂದರ,

ಪ್ರೀತಿ, ಸಂಸ್ಕೃತಿಯ ಸಾಗರ… ನನ್ನ ಭಾರತ ದೇಶ!

೧೦. ಬೋರಾಗಿದ್ದರೆ ಜೀವನ ಓದಿ ಇದನ್ನ

ಯುಗಯುಗಗಳಿಂದ,

ಮೂಡಿದೆ ಸೂರ್ಯ, ಬೆಳಗಿದೆ ಚಂದ್ರ, ತಿರುಗಿದೆ ಭೂಮಿ.

ಡಾ.ಮೃದುಲಾ.ಎ.ಎಮ್

ಮಾಡಿದ್ದನ್ನೇ ಮಾಡುತ್ತಿರೋ

ಮಹಾನುಭಾವರಿರುವಾಗ ಅನೇಕ,

ನೂರೇ ವರ್ಷದ ಬಾಳಿಗೆ

ನೀ ಇಷ್ಟು ಗೊಣಗುವುದು ಬೇಕಾ ?

೧೧. ಕನಸುಗಳು

ಮುಚ್ಚಿದ ಕಣ್ಣಳ ಹಿಂದೆ

ತೆರೆವುದು ಬಣ್ಣದ ಚಿತ್ತಾರ.

ತೇಲುತ ಮೇಗಡೆ ಬರುವುದು,

ಸುಪ್ತ ಮನಸ್ಸಿನ ಸಾಗರ.

ಮನದ ಪರದೆಯಲಿ ಮೂಡುವುದು,

ಮರೆತ್ಹೋದ ಹಳೆ ವಿಚಾರ.

ಈಡೇರುವವು ಇರುಳಿನಲಿ

ಅಡಗಿದ ಆಸೆಗಳ ಭಂಡಾರ.

ಬಡಬಗ್ಗನಿಗೂ ದೊರಕುವುದು

ಅರಮನೆ, ಸಂಭ್ರಮ, ಸಡಗರ.

ಕ್ಷಣಮಾತ್ರಕ್ಕೆ ಹಿಂತಿರುಗುವನು

ಬಿಟ್ಟು ಹೋದ ಆ ಪ್ರಿಯಕರ.

ಕನಸಿನಲ್ಲಾದರೂ ಬದುಕಿಬಿಡು

ನಿಜ ಜೀವನ ಹೇಗಿದ್ದರೂ ನಿಷ್ಠುರ.

ಬೆಳಗಾಗೆದ್ದಮೇಲೆ ಇದ್ದೇ ಇದೆ

೧೭. ಹಲವು ಹುಚ್ಚು ಆಸೆಗಳು

ನದಿ ತೀರದಲಿ ಕೂತು,

ತಿಳಿ ನೀರ ಕನ್ನಡಿಯಲಿ,

ತೇಲಾಡುತಿರೋ ಎನ್ನ ಬಿಂಬವ ನೋಡುವಾಸೆ.

ತುದಿ ಬೆಟ್ಟದಲಿ ಕಾಣೋ,

ಹಳೇ ಕಲ್ಲ ಮಂಟಪದಲಿ,

ಬೆಳದಿಂಗಳಲಿ ಒಂದು ರಾತ್ರಿ ಕಳೆಯುವಾಸೆ

ಬಿಳಿ ಹೂವ ಮರದಡಿಗೆ,

ತಂಗಾಳಿಯಲಿ ಕೂತು,

ಸುರಿಯುತಿರೋ ಹೂಮಳೆಯಲಿ ಘಮಘಮಿಸುವಾಸೆ.

ಸುಡುಸುಡುವ ಬೇಸಿಗೆಯಲಿ,

ಕೋಗಿಲೆಯು ಕರೆವಾಗ,

ಹುಳಿಮಾವಿನಕಾಯನ್ನು ಕಚ್ಚಿ ತಿನ್ನುವಾಸೆ.

ದೂರದೊಂದೂರಿನಲಿ,

ತಿಳಿಯದಾ ಹಾದಿಯಲಿ,

ನಿನ್ನೊಡನೆ ನಡೆಯುತ್ತಾ, ಹಾಗೇ ಕಳೆದ್ಹೋಗುವಾಸೆ !

೧೩. ಯೋಚಿಸಿ ನೋಡಿ !

ದಃಖ ಹೆಚ್ಚಾದಾಗ,

ಅಮ್ಮನ ಕರೆಯುವಾಗ,

ಹಳೆಯ ಗೆಳತಿಯ ನೆನದು ಕವಿತೆಯ ಬರೆಯುವಾಗ.

ಕನ್ನಡದಲೇ ಅಲ್ಲವೇ ಪದಗಳು ಮೂಡುವುದು ಆಗ ?

ಬಿದ್ದು ನೋವಾದಾಗ,

ರೋಷ ಉಕ್ಕಿ ಬಂದಾಗ,

ನಡು ಬೀದಿಯಲಿ ಆಟೋದವ ಜಗಳಕ್ಕೆ ನಿಂತಾಗ,

ಕನ್ನಡದಲೇ ಅಲ್ಲವೇ ಕೂಗುವುದು ನಾವಾಗ?

ಸ್ನೇಹಿತರೊಡನೆ ನಗುವಾಗ,

ಮಕ್ಕಳ ನಗಿಸುವಾಗ,

ಪ್ರಿಯಕರನಿಗೆ ಮನದಾಳದ ಸಿಹಿಮಾತ ತಿಳಿಸುವಾಗ.

ಡಾ.ಮೃದುಲಾ.ಎ.ಎಮ್

ಕನ್ನಡದಲ್ಲೇ ಅಲ್ಲವೇ ಭಾವಗಳು ಬರುವುದು ಆಗ ?

ಸೂರ್ಯೋ‌ದಯ ಕಂಡಾಗ,

ಆಗಸ ಕೆಂಪಾದಾಗ,

ಮುಂಗಾರಿನ ಮಳೆ ಸುರಿದು ಆನಂದವ ತಂದಾಗ

ಕನ್ನಡದ ಹಾಡಲ್ಲವೇ ಮನದಿ ಪಿಸುಗುಟ್ಟುವುದು ಆಗ ?

ಸೊಸೆಯ ದೂರುವಾಗ,

ಗಂಡನ ಗೋಳಾಡಿಸುವಾಗ,

ಹಿರಿಯ ಮಗಳು ಹಬ್ಬಕ್ಕೆ ತವರಿಗೆ ಬಂದಿಳಿದಾಗ.

ಕನ್ನಡದಲ್ಲೇ ಅಲ್ಲವೇ ವಟವಟಾಯಿಸುವುದು ನಾವಾಗ ?

ಯೋಚಿಸಿ ನೋಡಿ!

ನಾವು ಯೋಚಿಸುವ ಭಾಷೆಯೂ ಕೇವಲ ಕನ್ನಡ.

ಇನ್ನೇತಕೆ ಧರಿಸುವಿರಿ ಆಂಗ್ಲದ ಈ ಮುಖವಾಡ ?

ನೀವು ನೀವಾಗಿರಿ, ಕನ್ನಡದಲ್ಲೇ ಮಾತಾಡಿರಿ,

ಸರಳ ಸುಂದರವಾಗುವುದು ನಿತ್ಯದ ಜೀವನ ಆಗ!

ಭಾಗ ೧

ಪ್ರೇಮ ಪ್ರಣಯ

ಸ್ಮೃತಿ

೧೪. ಮೊದಲ ನೋಟ

ಮೊದಲ ನೋಟದಲೇ ಮನಮೆಚ್ಚಿದರೆ ಆಶ್ಚರ್ಯವೇಕೆ?

ಕಿರುನದಿಗೆ ಸಾಗರವ , ಕೋಗಿಲೆಗೆ ಮಾಮರವ

ಯಾರಾದರೂ ಪರಿಚಯಿಸ ಬೇಕೇ ?

೧೫. ಚಂದ

ಹೋಗ ಬಹುದಿದ್ದರೆ, ಎಷ್ಟೊಂದು ಚಂದ.

ಕಣ್ಣ ಮುಚ್ಚಿದೊಡನೆ,

ಕನಸಿನರಮನೆಗೆ , ನಿಜ ಜೀವನದಿಂದ.

೧೯. ಪ್ರೀತಿ

ಅತಿ ಮಾತು, ತುಸು ಮೌನ, ಹುಸಿ ಕೋಪ,

ಸಣ್ ಜಗಳ.

ನೂರೆಂಟು ರೂಪ ಪ್ರೀತಿಯದೇ ಅಲ್ಲವಾ?

೧೯.ಮುತ್ತು

ನವಿರಾಗಿತ್ತು. ಮುದವೆನಿಸಿತ್ತು.

ಕೊರಳ ತಾಗಿದೊಡೆ ಝುಮ್ಮೆಂದಿತ್ತು.

ಮೈಮನವನೆಲ್ಲಾ ತಂಪಾಗಿಸಿತ್ತು,

ನನ್ನ ಸರದಲ್ಲಿನ ಮುತ್ತು.

೧೮. ಪ್ರೇಮ

ಮರಗಳನ್ನು ಸುತ್ತುತ್ತ ಡ್ಯುಯೆಟ್‌ಗಳನು ಹಾಡುವುದು

ಕೇವಲ ಸಿನಿಮಾ.

ಕೊನೆಯ ರವೆ ಉಂಡೆಯನ್ನ.

ಡಾ.ಮೃದುಲಾ.ಎ.ಎಮ್

ಅವರಿಗಾಗಿ ಎತ್ತಿಡುವುದು,

ನಿಜ ಜೀವನದ ಪ್ರೇಮ.

೧೯. ಪ್ರೇಮ-ನೇಮ

ಹಗಲಿರುಳು ಫೋನಿನಲಿ ಸಂದೇಶ ಕಳಿಸುವುದು

ಹದಿಹರೆಯದ ನೇಮ.

ಎಷ್ಟೇ ಜಗಳ ಆಡಿದರೂ ಮರುದಿನ ಜೊತೆಗೆ ಕಾಫಿ

ಕುಡಿಯುವುದು ,

ಮೈಚುರಿಟಿ ಉಳ್ಳ ಪ್ರೇಮ.

೧೦. ನೆನೆವೆನು ನಿನ್ನ

ಸಾಗರಕೆ ಕಿರುನದಿಯು ಹರಿದ್ಹೋಗುವ ಹಾಗೆ,

ಮೋಡದಲಿಹ ಮಳೆಹನಿಯು ನೆಲಕ್ಕುರುಳುವ ಹಾಗೆ,

ಹಸಿವಾದೊಡೆ ಹಸುಗೂಸು ಅಮ್ಮನ ಕರೆದ್ಹಾಗೆ,

ನೋವಾದರೆ ನನ್ನಮನವು ನೆನೆವುದು ನಿನ್ನಾಗೇ.

೧೧. ನಿಲ್ಲಿಸು

ಕಣ್ಣದರಿ, ಬಿಕ್ಕಳಿಸಿ, ಕಾಲ್ತಾಗಿಸಿಕೊಂಡಾಯ್ತು.

ನಡುರಾತ್ರಿ ತಳಮಳದಿ ಎಚ್ಚೆತ್ತು ಸಾಕಾಯ್ತು.

ನಿಲ್ಲಿಸು ನೆನೆವುದ ನನ್ನ.

ಡಾ.ಮೃದುಲಾ.ಎ.ಎಮ್

೧೧. ಚಟ

ಹಗಲು ರಾತ್ರಿ ಇದೇ ಸಂಕಷ್ಟ.

ನಿನ್ನ ನೋಡ ಬೇಕು,

ಮಾತಾಡಬೇಕು,

ಬಳಿಯೇ ಇರಬೇಕು,

ಮನಸ್ಸಿನದು ಒಂದೇ ಹಠ !

ಬಿಟ್ಟು ಹೇಗಿರಲಿ ಹೇಳು,

ನೀನಾಗಿಹೆ, ನನ್ನ ಕೆಟ್ಟ ಚಟ !!

೧೨. ಹುದುಗಿಟ್ಟ ಪ್ರೇಮ

ವರುಷಗಳೇ ಕಳೆದು,

ಬಿಸಿಲಲಿ ಒಣಗಿ, ಗಾಳಿಗೆ ತೂಗಿ,

ಎಲ್ಲೋ ಬಿದ್ದು, ಬತ್ತೋಗಿದ್ದರು,

ಮಳೆ ಸುರಿದಾಕ್ಷಣ ಚಿಗುರೊಡೆವುದು ಬೀಜ.

ಅದು ಪ್ರಕೃತಿಯ ನೇಮ.

ಡಾ.ಮೃದುಲಾ.ಎ.ಎಮ್

ಹಾಗೆಯೇ, ಹೃದಯದಿ ಹುದುಗಿದ ಹಳೇ ಪ್ರೇಮ.

೧೪. ಸಂತೋಷ

ನೀ ಬರೆದ ಆ ಮೊದಲ ಕಾಗದದ ಚೂರು,

ನೀ ಕೊಟ್ಟ ಸೀರೆಯ ಅಂಚಲ್ಲಿನ ಹಸಿರು,

ನೀ ಕೈಯ ಹಿಡಿದಾಗ ನಿಂತ ನನ್ನುಸಿರು,

ಸಂತೋಷಕ್ಕುಂಟು ಸಾವಿರ ಹೆಸರು !

೧೫. ಇನಿಯನಾಗಲೇ ?

ನಿನ್ನ ಬಳಿಯಲೇ ಇರಲು ಹೊಂಚಿಸುವುದು ಮನ.

ತಂಗಾಳಿಯಾಗಲೇ? ಜೋರಾಗಿ ಬೀಸಿರಲು, ನೀ ಕಣ್ಣ
ಮುಚ್ಚಿದೊಡೆ ರೆಪ್ಪೆಗಳ ಮೇಲೊಂದು ಸಣ್ಣ ಮುತ್ತನಿಡಬಲ್ಲೆ.

ಧ್ರುವತಾರೆಯಾಗಲೇ ? ನಿನ್ನ ಊರಿಗೆ ಬಂದು, ನಿದ್ರೆಯಲಿ
ನಗುತಿರುವ ಆ ಮುದ್ದು ಮೊಗವನ್ನು ಇಡೀರಾತ್ರಿ ನೋಡಬಲ್ಲೆ.

ಝುರಿರವಕೆಯಾಗಲೇ ? ಸೊಂಟವನು ಸುತ್ತರಿಸಿ, ಎದೆಮೇಲೆ
ಕಿವಿಯಿರಿಸಿ ಬಹಳ ಸನಿಹದಿ ನಿನ್ನ ಉಸಿರಾಟ ಕೇಳಬಲ್ಲೆ.

ಚೆಂಗುಲಾಬಿಯಾಗಲೇ ? ನಿನ್ನ ಜಡೆಯಲಿ ಕೂತು
ಸದ್ದಿಲ್ಲದಂತೆಯೇ ನವಿರಾದ ಕೇಶಗಳ ಪರಿಮಳವ
ಸವಿಯಬಲ್ಲೆ.

ಇನಿಯನಾಗಲೇ ? ಹಸಿರು ಸೀರೆಯ ಕೊಟ್ಟು, ಹಣೆಗೆ
ಬೊಟ್ಟನು ಇಟ್ಟು, ಕಣ್ಣಲ್ಲಿ ಕಣ್ಣಿಟ್ಟು ಕೊನೆಯ ಉಸಿರಿನ ವರೆಗೆ
ಜೋಪಾನ ಮಾಡಬಲ್ಲೆ ...

ಡಾ.ಮೃದುಲಾ.ಎ.ಎಮ್

೧೯. ಮಿಲನ

ಏಕೋ, ಬೆಳಗಿನಿಂದ ಮನ ಹಿಗ್ಗುತಿದೆ.

ತುಟಿ ಮೇಲೆ ನಗು ಊರಗಲದಷ್ಟಾಗಿದೆ.

ಕಣ್ಣುಗಳು ಆಗಾಗ ತುಂಬಿ ಬಂದರೆ,

ಕೆನ್ನೆ ಸಣ್ಣಗೆ ಕೆಂಪಾಗಿದೆ.

ಹೃದಯದಲ್ಲೆಲ್ಲೋ ಒಂದೇ ಸಮನೆ ಸರಪಟಾಕಿ ಸಿಡಿದಂತಿದೆ.

ಮಳೆಯಿಲ್ಲದಿದ್ದರೂ ಭಳಿಯೆನಿಸಿದೆ, ಬಿಸಿಲಿಲ್ಲದಿದ್ದರೂ ಹಣೆ

ಬೆವರಿದೆ.

ಹೊಟ್ಟೆಯಲಿ ಚಿಟ್ಟೆ ಹಾರಾಡಿದೆ.

ನಿಮ್ಮನ್ನು ನೋಡಿದ ಖುಷಿಯೋ,

ನಾಳೆ ಅಗಲುವ ವ್ಯಥೆಯೋ, ಎಲ್ಲಾ ಸೇರಿ,

ಮನಸ್ಸಾಗರದಲ್ಲೊಂದು ದೊಡ್ಡ ಸುಳಿ ಎದ್ದಿದೆ.

ನನ್ನ ಮುಳುಗಿಸುತಿದೆ.

ಇಪ್ಪತ್ತರ ಹಳೆಯ ಒಂದು ದಿನವ,

ನಲವತ್ತರಲಿ ಮತ್ತೆ ಬದುಕಿದಂತಿದೆ.

ಬೆಳಗಿನಿಂದ, ಮನ ಹಿಗ್ಗುತಿದೆ .....!

೧೮. ನನ್ನವನಾಗಿರು .

ನದಿತೀರದ, ತಿಳಿನೀರಲಿ,

ಕಾಲಾಡಿಸುತಿರುವಾಗ

ನಾನೆಡವಿ ಜಾರಿದರೆ ....

ಕೈಹಿಡಿದಿರು ಗೆಳೆಯ.

ಕಾನನದಲಿ, ಗುಡಿಸಿಲಿನಲಿ,

ವನವಾಸದಲಿರುವಾಗ,

ಜಿಂಕೆಯನು ತರಲೆಂದು ,

ಡಾ.ಮೃದುಲಾ.ಎ.ಎಮ್

ಬಿಟ್ಟೋಗದಿರು ಗೆಳೆಯ.

ಕತ್ತಲಲಿ, ಕನಸಿನಲಿ,

ಭಯವಾಗುತಿರುವಾಗ,

ನಿದ್ರೆಯು ಬಾರದಿರೆ.....

ಲಾಲಿಯ ಹಾಡು ಗೆಳೆಯ.

ಹಿತ್ತಲಲಿ, ತೋಟದಲಿ,

ಚೆಂಗುಲಾಬಿಯ ಹರಿವಾಗ,

ಮುಳ್ಳೊಂದು ನಾಟಿದರೆ...

ಬೆರಳಿಗೆ ಮುತ್ತಿಡು ಗೆಳೆಯ.

ಮಳೆಗಾಲದ ಸಂಜೆಯಲಿ,

ಕೊಡೆಹಿಡಿದು ನಡೆವಾಗ,

ಕರಿಮೋಡ ಗುಡುಗಿದರೆ.......

ಬಿಗಿದಪ್ಪಿಕೋ ಗೆಳೆಯ.

ವಧುವಾಗಿ, ನಾ ನಿನ್ನ,

ಸಪ್ತಪದಿ ತುಳಿವಾಗ,

ಏಳ್ಜೆ ಮುಗಿದ್ದೋದರೂ. ....

ಕಿರುಬೆರಳ ಹಿಡಿದಿರು ಇನಿಯ !

ಸದಾ ನನ್ನವನಾಗಿರು ಗೆಳೆಯ .....

೨೮. ಪ್ರೀತಿಗಿಂತ ಮಾಯ ಮತ್ತೊಂದಿಲ್ಲ ..!

ಕೋಪಬಂದಾಗ ನಿನ್ನ ಮೇಲೆ,
ನಾನೇನ ಮಾಡಲೆ ?

ನಿನ್ನ ಚಿತ್ರವ ಸುಡಲೆ, ಪತ್ರವ ಹರಿಯಲೆ?
ನೀ ಕೊಟ್ಟ ಉಡುಗೊರೆಯ ಎಸೆದು ಬಿಡಲೇ ?

ಮಾತನು ನಿಲ್ಲಿಸಿ, ಮೌನವ ತಳೆಯಲೆ ?
ಕೋಪದಿ ಕಿಡಿನುಡಿಯ ಉಸುರಿ ಬಿಡಲೋ ?

ಹಳೆಯ ಜಗಳಗಳ ಹುಡುಕಿ ತೆಗೆಯಲೆ ?
ನೀನಾಡಿದ ಕಹಿಮಾತ ನೆನಪಿಸಿ ಕೊಡಲೇ ?

ಏನೇ ಮಾಡಿದರೂ ತಣಿಯದ ಕೋಪ,
ನೀನೊಮ್ಮೆ ಮಾತನಾಡಿಸಿದೊಡೆ ಮಾಯವಾಗುವುದಲ್ಲ,

ಡಾ.ಮೃದುಲಾ.ಎ.ಎಮ್

"ಪ್ರೀತಿಗಿಂತ ಮಾಯೆ ಮತ್ತೊಂದಿಲ್ಲ",

ಎಂದು ಪದ್ಯವೊಂದನ್ನ ಕಡೆಗೆ ಬರೆದುಬಿಡಲೇ ?

ಭಾಗ ೨

ವಿರಹ - ವೇದನೆ

ಡಾ.ಮೃದುಲಾ.ಎ.ಎಮ್

೧೯. ಬರಡು

ಜಗವೇ ಬರಡಾದಂತೆ. ಬಿದ್ದರೆ

ಪರಮಾಣು ಅಸ್ತ್ರ,

ಅಥವಾ ಬಯಸಿದವ ಕೂಗಿದರೂ ಬಾರದಿರೆ ಹತ್ರ.

೨೦. ಬೇಡ

ಬೇಡೆನಗೆ ನಿನ್ನ ಸ್ನೇಹ, ಅನುಕಂಪ,

ಕರುಣೆ.

ಹಿಂತಿರುಗಿಸಿ ಬಿಡು ಸಾಕು ನಾ ಕೊಟ್ಟ ಒಲುಮೆ.

೨೧. ಬೇನೆ

ತಳಮಳ, ಸಂಕಟ,ನೋವು, ಬರೀ ಕಣ್ಣೀರಿನ

ಸೋನೆ.

ಬಾರದಿರಲಿ ಯಾರಿಗೂ ಪ್ರೀತಿಯೆಂಬ ಬೇನೆ.

ಡಾ.ಮೃದುಲಾ.ಎ.ಎಮ್

೨೧. ಮರೆಯಲಾರೆ

ಅಕ್ಷರಿಯ ಸಂಗತಿಯ ಅರಿತೆನು ನಾನೊಂದು.

ಮರೆಯಬೇಕೆಂಬುದು

ನೆನಪಿರುವವವರೆಗೂ, ಮರೆಯಲಾರೆನು ನಿನ್ನ ನಾನೆಂದೂ !

೨೨. ಕಲ್ಲು ಬಂಡೆ

ಕಣ್ಣೀರಿಗೆ ಕರಗೀತು ಕಲ್ಬಂಡೆ, ಕರಿ ಉಕ್ಕು,

ಬಿಳಿ ವಜ್ರ.

ನಲುಗದೆ ಉಳಿದ ಕಟ್ಟು, ನಿನ್ನ ಮನ.

೩೪. ನಿರಾಳ

ನೀನಿಲ್ಲದಿರೆ ಮನ ನಿರಾಳ.

ಮಾತಿಲ್ಲ ಕಥೆಯಿಲ್ಲ,

ಕನಸು ಕಲ್ಪನೆಯಿಲ್ಲ

ಅಲೆಗಳಿಲ್ಲದ ಮೌನಜಾಲ.

ಡಾ.ಮೃದುಲಾ.ಎ.ಎಮ್

೩೩. ಬಾರದ ನಿದ್ರೆ

ಬಿಟ್ಟು ಹೋಗದಿರೆಂದು ಗೋಗರೆಯೆನು ನಾನು.

ಬಾರದ ನಿದ್ರೆಯಾಗಿ ,

ಮನದ ಮೂಲೆಯಲೆಲ್ಲೋ ,

ಉಳಿದ್ಹೋಗದಿರಷ್ಟೇ ನೀನು.

೩೪. ನಿನ್ನ ಹೆಸರು !

ಮನದ ಮೂಲೆಯಲಿ ಅಡಗಿಸಿ,

ಹೃದಯದಾಳದಿ ಹುದುಗಿಸಿ,

ತುಟಿಯ ಮೇಲೇ ಕರಗಿಸಿ

ಹೊರಬರದಂತೆ ಹಿಡಿದಿಟ್ಟಿರುವ ನನ್ನಸಿರು,

ಅದು ನಿನ್ನ ಹೆಸರು !

೩೮. ಒಂದು ದಿನ

ಬಲ್ಲರು, ಒಲ್ಲರು, ಗೆಳೆಯರು, ಪ್ರೇತಿಪಾತ್ರರು,

ಬಿಟ್ಟು ಹೋಗುವರೆಲ್ಲರೂ ಒಂದು ದಿನ.

ಹಚ್ಚಿಕೊಳ್ಳದಿರು ಯಾರನೂ ಹೆಚ್ಚು.

ಅಂಟಿದರೊಮ್ಮೆ ಜಿಗಣೆಯೂ ಕೂಡ

ಹೀರದೇ ಹೋಗದು ರಕುತವನ.

೩೯. ಹಿಂತಿರುಗಿ ಬಾ.

ಡಾ.ಮೃದುಲಾ.ಎ.ಎಮ್

ದುಃಖದಲಿ ಮುಂಜಾನೆಯ ಅದ್ದಿ ಅದ್ದಿ ತೆಗೆದಂತೆ,

ಮೌನದಲಿ ಮಧ್ಯಾನವ ಸುತ್ತಿ ಬೀಗ ಜಡಿದಂತೆ,

ಬೇಸರದಲಿ ಸಂಜೆಯನು ತೇಲಾಡಿಸಿ ಕರೆದಂತೆ,

ಕಣ್ಣೀರಲಿ ರಾತ್ರಿಯನು ಮುಳುಗಿಸುತ ಕೊಂದಂತೆ.

ನೀನಿರದ ನನ್ನೊಂದು ದಿನ,

ನರಕದೊಳು ಯುಗವಿದ್ದಂತೆ.

ಬೇಗ ಹಿಂತಿರುಗಿ ಬಾ..

೨೯. ಹೊರೆ

ಬರೆಯದ ಪತ್ರ, ಮಾಡದ ಕರೆ.

ಹೇಳದೆ ಉಳಿದ ಭಾವವು ಭಾರ.

ಜೀವನ ಕಳೆದರೂ ಕಳೆಚದಾ ಹೊರೆ.

೪೦. ನೀನಿಲ್ಲದ ಜೀವನ

ಬರಡಾದ ಕೆರೆಯಲ್ಲಿ ದೋಣಿಯಲಿ ಕುಳಿತಂತೆ .

ಮಳೆಬಾರದಿದ್ದರೂ ಕೊಡೆಯನ್ನು ಹಿಡಿದಂತೆ.

ಕೊನೆಯಿರದ ದಾರಿಯಲಿ ನಿತ್ಯವೂ ನಡೆದಂತೆ.

ಯಾರಿರದ ಸಭೆಯಲ್ಲಿ ಚಪ್ಪಾಳೆ ಹೊಡೆದಂತೆ.

ಅರ್ಥವೇ ಇಲ್ಲದ, ವ್ಯರ್ಥ ಕಾಲಾಹರಣ,

ಗೆಳೆಯಾ, ನೀನಿಲ್ಲದ ಜೀವನ .

೪೧. ನೆನಪು

ಡಾ.ಮೃದುಲಾ.ಎ.ಎಮ್

ಕಾಣದಿರೆ ಚಂದಿರನು ಅಮವಾಸೆಯಂದು, ಆಗಸವ ಕತ್ತಲಲಿ

ಕಾಡುವುದೇ ನೆನಪು .

ಬಾರದಿರೆ ಮುಂಗಾರು ಶ್ರಾವಣದೊಳೆಂದೂ, ಭುವಿಯನ್ನು

ಬರಡಾಗಿಸಿ ಕಲಕುವುದೇ ನೆನಪು .

ಕಂಪಿಸುವ ಮಲ್ಲಿಗೆಯ ಬಳಿ ಸುಳಿಯದಿರೆ ದುಂಬಿ, ಅರಳಿರುವ

ಹೂ ಮುದುಡಿ ಬಾಡುವುದೇ ನೆನಪು.

ಭಾವಗಳ ಹಂಚಲು ಬಳಿ ಇಲ್ಲದಿರೆ ನೀನು, ಮನವೆಲ್ಲಾ

ಮಡುಗಟ್ಟಿ ಮೌನವಾಗುವುದೇ ನೆನಪು.

೪೧. ಒಂಟಿ ಜೀವನ

ಎದೆಯ ಮೇಗಡೆ ಒಂದು ಹೆಬ್ಬಂಡೆ ಕುಳಿತಂತೆ

ಹೃದಯವ ರಣಹದ್ದು ಮೆಲ್ಲಗೆ ಹೊಕ್ಕಂತೆ

ಕನಸುಗಳ ಕಟ್ಟಡಕೆ ಸಿಡಿಲೊಂದು ಬಡಿದಂತೆ

ಗಾಜಿನ ಮನಸು ಕೈಜಾರಿಬಿದ್ದಂತೆ,

ತಡೆಯಲಾಗದ ವೇದನೆ, ಹೇಳಲಾಗದ ರೋಧನ,

ನೀ ಹೋದ ನಂತರದ ನನ್ನ ಒಂಟಿ ಜೀವನ...!

ಡಾ.ಮೃದುಲಾ.ಎ.ಎಮ್

೪೩. ರಾಧೆಯ ಶ್ಯಾಮ

ನದಿ ತೀರದಲೊಂದು ದಿನ

ಮುಸ್ಸಂಜೆ ಸಮಯದಲಿ,

ಪ್ರಿಯತಮನ ಕಾಯುತ್ತ

ರಾಧೆ ಕುಳಿತಿದ್ದಳು.

ಸಂತಸದಿ ಮನ ಅರಳಿ,

ಉಲ್ಲಾಸ ಹೊರಚೆಲ್ಲಿ

ತನ್ನಷ್ಟಕ್ಕೇ ಒಮ್ಮೊಮ್ಮೆ

ನಸುನಗುತ್ತಿದ್ದಳು.

ಉಗುರನ್ನು ಕಚ್ಚುತ್ತ,

ಹಣೆಬೆವರ ವರಿಸುತ್ತ,

ಸಖಿಯರು ಕಂಡಾರೆಂದು

ಭಯಗೊಳ್ಳುತ್ತಿದ್ದಳು.

ನಲ್ಲ ಒಮ್ಮೆಲ್ೇ ಬಂದು

ಕೈ ಹಿಡಿದು ಎಳೆದಾಗ,

   ನಾಚುವುದ ನೆನೆಯುತ್ತಾ,

   ನೀರಾಗುತ್ತಿದ್ದಳು.

   ಅವನ ಮೃದು ಮಾತನ್ನು

   ಕೊಳಲ ಸಿಹಿ ದನಿಯನ್ನು

   ಗಲ್ಲದಲ್ಲಿನ ಗುಳಿಯನ್ನು

   ಕಾಣ ಬಯಸುತ್ತಿದ್ದಳು.

ಡಾ.ಮೃದುಲಾ.ಎ.ಎಮ್

ಅವನು ಬಾರದಿದ್ದಾಗ

ಎಲ್ಲೂ ಕಾಣದಿದ್ದಾಗ,

ಎದೆಯು ತುಂಬಿ ಉಕ್ಕಿಬರಲು,

ಕಣ್ಣಂಚನು ವರೆಸಿದಳು.

ಸಂಜೆ ಸೂರ್ಯ ಅಸ್ತವಾಗಿ

ನದಿಯ ನೀರು ಕೆಂಪಾದರೂ,

ಅಮವಾಸೆಯ ರಾತ್ರಿಯೇನೋ

ಚಂದ್ರ ಬಾನಲರಳಲಿಲ್ಲ.

ಎದೆಯ ತುಂಬ ಪ್ರೀತಿ ಇದ್ದು

ಹೃದಯದೊಳಗೆ ನೆಲೆಸಿದ್ದರೂ,

ಲೋಕಪಾಲ ಕೃಷ್ಣನಂದೂ

ರುಕ್ಮಿಣಿಯ ಬಿಟ್ಟು ಬರಲಿಲ್ಲ.

ಪ್ರೀತಿ ದೈವವೆಂತೆಂದರೂ,

ನೂರು ಜನ್ಮ ನಂಟಾದರೂ,

ದ್ವಾಪರ ಯುಗದ ಕಥೆಯಲ್ಲೇಕೋ

ರಾಧೆಗೆ ಶ್ಯಾಮನು ಸಿಗಲಿಲ್ಲ.

ಡಾ.ಮೃದುಲಾ.ಎ.ಎಮ್

ಳಳ. ನೆನಪಾಗದಿರು

ನೆನಪಾಗದಿರು.

ಕನಸಿನಲಿ ಬಾರದಿರು.

ಮನವ ಕದಡಿಸಿ ಕಣ್ಣೀರಿಡಿಸದಿರು.

ನಿದ್ರೆ ಕೆಡಿಸಿ, ಅರ್ಧರಾತ್ರಿ ತಳಮಳಗೊಳ್ಳಿಸದಿರು.

ಕಂಡ ಕಂಡಲ್ಲಿ ಕಾಣಿಸಿಕೊಂಡು ಜೀವ ಹಿಂಡದಿರು.

ಮರೆತ ಹಾಡನು ಗುನುಗುನಾಯಿಸಿ, ಸುಮ್ಮನೆ ಕೊಲ್ಲದಿರು.

ನೆನಪಾಗದಿರು.

೪೩. ಮತ್ತೆ ಮರೆಯುವೆ

ಮುಷ್ಟಿಯ ಮಾಡಿ ಮೇಜನು ಕುಟ್ಟುವೆ,

ಸೆರಗಿನ ಅಂಚನು ಸುತ್ತುತಲಿರುವೆ.

ಉಂಗುಷ್ಠದಲೇ ನೆಲವನು ಕೆರೆಯುವೆ,

ಬೆರಳಲೇ ನಿನ್ನ ಹೆಸರನು ತಿದ್ದುವೆ,

ಕಂಬನಿ ಹರಿದರೆ ತಕ್ಷಣ ವರೆಸುವೆ.

ಡಾ.ಮೃದುಲಾ.ಎ.ಎಮ್

ಹೇಗೋ ಮತ್ತೆ ಮರೆಯುವೆ,

ನಿನ್ನ ನೆನಪಾದರೆ !

ಳಳ. ನೀನೊಂದು ನೆನಪಷ್ಟೆ !

ತಂಗಾಳಿ ಹರಿದಾಗ, ಜಡಿಮಳೆಯು ಸುರಿವಾಗ , ಅರೆಘಳಿಗೆ

ಬಂದ್ಹೋಗೋ ಸಣ್ಣ ನಡುಕದ ಹಾಗೆ , ಬಲು ಚಿಕ್ಕ ನೆನಪಷ್ಟೇ.

ಮುಂಗಾರ ಮಳೆಯಲ್ಲಿ, ಮೋಡಗಳ ಮರೆಯಿಂದ,

ಒಮ್ಮೊಮ್ಮೆ ಇಣುಕುತಿಹ ಬಿಸಿ ಸೂರ್ಯ ಕಿರಣದ ಹಾಗೆ,

ಬೆಚ್ಚನೆಯ ನೆನಪಪ್ಪೇ..

ಮನದಲ್ಲೇ ಅಡುಗಿದ್ದು, ನಾನೆಷ್ಟೇ ನೆನೆಸಿದರು, ಸ್ವರವಾಗಿ

ಹೊರಬರದ ಆ ಹಳೆಯ ಹಾಡಂತೆ, ಮರೆತ್ಹೋದ ನೆನಪಪ್ಪೇ.

ಹಳೇ ಅಜ್ಜಿ ಕಥೆಯಲ್ಲಿ, ರಾಜಕುವರಿಯ ಉಳಿಸೆ, ಅಶ್ವದೊಳು

ಬಂದಂಥ ವೀರಕುವರನ ಹಾಗೆ, ಕಾಲ್ಪನಿಕ ನೆನಪಪ್ಪೇ.

ಇದ್ದರೂ ಇರದಂಥ, ಕಂಡರೂ ಸಿಗದಂಥ, ಕ್ಷಣದಲ್ಲಿ

ಮರೆಯಾಗೋ ಮಾಯಾಮೃಗದಹಾಗೆ, ಮನದ

ಮರೀಚಿಕೆಯಷ್ಟೇ !

ಕನಸೋ ಕಲ್ಪನೆಯೋ, ಬಿಸಿಲೋ ಭಳಿಮಳೆಯೋ, ಮರೆತರೂ

ನೆನಪಿರುವ ಆ ಮೊದಲ ಪ್ರೇಮದ ಹಾಗೆ, ನೀ, ಕೈಗೆಟುಕದ

ಕನಸಷ್ಟೇ.

ಡಾ.ಮೃದುಲಾ.ಎ.ಎಮ್

ಸ್ಮೃತಿ

ಭಾಗ ೪

ದುಃಖಿ – ದುಗುಡ

೪೯. ಕೊರಗು

ತೀರದೆ ಉಳಿದ ಭಲವು,

ಅವಳಿಗೆ ನೀಡದ ಒಲವು.

ಕೊನೆಯವರೆಗೂ ಕಾಡುವ,

ಬಾಳ ಕೊರಗುಗಳು ಹಲವು.

೫೦. ಸೃಷ್ಟಿಯ ನಿಯಮ.

ತಿನ್ನಬಾರದವು ರುಚಿಯೆನಿಸುವವು,

ಮಾಡಬಾರದವು ಹಿತಕರವು.

ಸೃಷ್ಟಿಯ ನಿಯಮ ಏಕಿದೆ ಹೀಗೆ ?

ಡಾ.ಮೃದುಲಾ.ಎ.ಎಮ್

ಸಂತಸಗೊಂಡೊಡೆ ಸಂಕಟವು?

೪೯. ಮಾಯದ ನೋವು.

ನೀರುಳ್ಳಿ ಹೆಚ್ಚುತ್ತ , ಕಾದಂಬರಿ ಓದುತ್ತ ,

ತೀರಿರುವ ಅಜ್ಜಿಯು ನೆನಪಾದರು ಎನ್ನುತ್ತ ,

ಕಣ್ಣೀರ ಸುರಿಸಲು ಹುಡುಕದಿರು ಉಪಾಯ .

ಅತ್ತು, ಚೀರಾಡಿ, ಅಮ್ಮನೊಳು ಗೋಳಾಡಿ ,

ಮಲಗಿ ಎದ್ದೊಡೆ ಮಾಯಲು,

ಮೊಣಕಾಲಿನ ಗಾಯವಲ್ಲ, ಅದು ಒಡೆದ್ದೋದ ಹೃದಯ

೫೦. ಕಾಮೋೇಡ.

ತಿಳಿ ಮನದ ಆಗಸದಿ ಹಳೆ ನೆನಪ ಕಾಮೋೇಡ

ಗುಡುಗಿ ಹನಿಯಿಟ್ಟಾಗ

ಕಣ್ಣೋರಸಿ ಕೊಳ್ಳುವೆ .

೫೧. ಹೊರೆ

ಬರೆಯದ ಪತ್ರ, ಮಾಡದ ಕರೆ.

ಹೇಳದೆ ಉಳಿದ ಭಾವವು ಭಾರ.

ಜೀವನ ಕಳೆದರೂ ಕಳಚದಾ ಹೊರೆ.

ಡಾ.ಮೃದುಲಾ.ಎ.ಎಮ್

೫೧. ಅಲೆಯ ಮೇಲಿನ ಎಲೆ

ತಿಳಿನೀರಿರಲು ತೇಲುತ,

ಸುಳಿಯಲಿ ಸಿಕ್ಕರೆ ಮುಳುಗುತ,

ಕಣಿವೆಗೆ ಸಿಲುಕುತ, ಧುರಿಯಲಿ ಜಾರುತ,

ಸುಮ್ಮನೆ ಹರಿದು ಹೋಗುತ್ತಿರುವೆ, ತಿಳಿಯದಂತೆ ಏನೂ.

ಅಲೆಯ ಮೇಲೆ ಬಿದ್ದ ಎಲೆಯಂತೆ ನಾನು !

೫೨. ಉಡುಗೊರೆ

ಬಾರದ ನಿದ್ದೆ, ಬತ್ತೋದ ಕನಸು,

ಮಾಯದ ಗಾಯ, ಮುರಿದು ಬಿದ್ದ ಮನಸ್ಸು.

ನೀ ನನಗೆ ಕೊಟ್ಟ ಈ ಉಡುಗೊರೆಗಳೆಷ್ಟು ಸೊಗಸು !

೫೪. ಚಿತೆಯ ವರೆಗಿನ ಚಿಂತೆ

ಎಲ್ಲರ ಬಾಳಲಿ ಇದ್ದೇ ಇರುವುದು

ಒಂದು ದುಃಖಿದ ಕಥೆ.

ಯಾರಿಗೂ ಹೇಳದೆ ಹುದುಗಿಟ್ಟಿರುವ

ಮುರಿದ ಮನಸ್ಸಿನ ವ್ಯಥೆ.

ಚಂದಿರ ಕಂಡೊಡೆ ಕಾಡುವುದೆಲ್ಲರಿಗೂ

ಯಾರೋ ಒಬ್ಬರ ಕೊರತೆ.

ಎಷ್ಟೇ ನಗುತಲಿರಲಿ ಮೇಗಡೆ

ಎಲ್ಲರ ಮನದಲಿ ಇದ್ದೇ ಇರುವುದು,

ಹೇಳಲಾಗದ ಒಂದು ಚಿಂತೆ,

ಡಾ.ಮೃದುಲಾ.ಎ.ಎಮ್

ಸೇರುವವರೆಗೂ ಚಿತೆ.

೫೫. ನೋವು ನಿರಂತರ

ಒಂಟಿ ಇದ್ದಾಗ ಒಮ್ಮೊಮ್ಮೆ,

ಕೋಲುಮಿಂಚಂತೆ ಬಂದು,

ಕ್ಷಣದಲ್ಲಿ ಮನವನ್ನು ಝುಮ್ಮೆನ್ನಿಸಿ ಹೋಗುವುದು.

ದಣಿದ ದಿನವೊಂದರ ಕೊನೆಗೆ,

ಮೃಷ್ಟಾನ್ನ ಎದುರಿರಲು,

ರುಚಿಯೇ ಬಾರದ ಹಾಗೆ ಹಸಿವನ್ನು ಕೊಲ್ಲುವುದು.

ಸಂಭ್ರಮ ಸಡಗರದಲ್ಲಿ,

ಗೆಳತಿಯರೊಡು ನಗುವಾಗ,

ಕಣ್ಣ ಕಾಡಿಗೆಯನ್ನು ಹಸಿಮಾಡಿ ಹರಡುವುದು.

ಡಾ.ಮೃದುಲಾ.ಎ.ಎಮ್

ನಾಲ್ಕು ದಿನಗಳ ಕಾಲ ನೆನಪಾಗದಿದ್ದಾಗ,

ಮರೆತುಬಿಟ್ಟೆನು ಎಂದು ನಿಟ್ಟುಸಿರ ಬಿಡುತಿರಲು,

ಮತ್ತೆ ಕನಸಲಿ ಬಂದು ನನ್ನನ್ನು ಕಾಡುವುದು.

ಈ ನೆನಪುಗಳ ನೋವು ನಿರಂತರ .

೫೯. ಜೋಪಾನ ಓ ಮನವೇ !

ಕುಣಿಯದಿರು ಓ ಮನವೇ ಕಲ್ಪನೆಯಲಿ ಮಿಂದು,
ಮುಂಜಾನೆಯ ಕನಸೆಲ್ಲಾ ನನಸಾಗದು ಎಂದೂ.

ಹಿಗ್ಗದಿರು, ನಲಿಯದಿರು ಹುಸಿನಗೆಯನು ಕಂಡು, ನಕ್ಕವರೇ
ಅಳಿಸುವರು ಗೋಳಾಡಿಸಿಕೊಂಡು.

ಕೂಗದಿರು, ಕರೆಯದಿರು ಓಗೊಡದವರನ್ನು, ಪ್ರೀತಿಸಿದರೆ
ತಿಳಿದಾರು ಹೇಳದ ಮಾತನ್ನು.

ಸ್ಮರಿಸದಿರು ನೆನಸದಿರು ಮರೆತ್ತೋದವರನ್ನು. ಮತ್ತೊಮ್ಮೆ
ಪೆಟ್ಟಾದರೆ ಮಾಯದು ಹಳೇ ಹುಣ್ಣು.

ನಂಬದಿರು, ಸುತ್ತದಿರು, ಗುಡಿಗಂಟೆಗಳನ್ನು, ಶ್ರೀಹರಿಯೂ
ಬದಲಿಸನು ಹಣೆಬರಹಗಳನ್ನು.

ಜೋಪಾನ ಓ ಮನವೇ ಜಾರದಿರು ಎಂದೂ, ಒಡೆದ್ಬೋದರೆ
ಮನಸ್ಸೊಮ್ಮೆ ಕೂಡದು ಇನ್ನೆಂದೂ.

ಮುಂಜಾನೆಯ ಕನಸೆಲ್ಲಾ ನನಸಾಗದು ಎಂದೂ !!

೫೨. ಅಲೆ

ಅಲೆಯು ಮರಳಲಿ ಬರೆದ ಹೆಸರ ಅಳಿಸಿ ಹೋದಂತೆ.

ಮಳೆಯು ರಂಗೋಲಿಯ ಗೆರೆಯ ಕೆಡಿಸಿ ನಿಂತಂತೆ,

ಗಾಳಿಯು ಉರಿಯುತಿಹ ದೀಪವ ಆರಿಸಿ ಬಿಟ್ಟಂತೆ,

ಡಾ.ಮೃದುಲಾ.ಎ.ಎಮ್

ಅವರವರ ಪ್ರಕೃತಿಗೆ ಅನುಗುಣವು ಕ್ರಿಯೆಗಳು.

ಕಲ್ಲು ಹೃದಯವು ಕನಸುಗಳ

ಚೂರುಮಾಡಿದರೇನಂತೆ !

ಅವರವರ ಪ್ರಕೃತಿಗೆ ಅನುಗುಣವು ಕ್ರಿಯೆಗಳು.

ಹುಲ. ಒಂಟಿತನ ...

ಯಾರೂ ಓದುವವರಿಲ್ಲ.

ಬರೆದೇನ ಮಾಡಲೇ ?

ಕೂತು ಕೇಳುವವರಿಲ್ಲ.

ಯಾರಿಗಾಗಿ ಹಾಡಲೇ ?

ಹೊಗುಟ್ಟುವವರೇ ಇಲ್ಲ,

ಕಥೆಯ ಹೇಗೆ ಹೇಳಲೇ ?

ತಾಳ ಅರಿತವರಿಲ್ಲ

ಯಾರೆದುರು ನರ್ತಿಸಲೇ?

ಕಲೆಯ ಉದ್ದೇಶ ಇದೊಂದೇ, ಕೇಳಿ...

"ನನಗಾದ ಸಂತಸ ನಿಮಗೂ ಸಿಗಲಿ,

ಆನಂದದಲೆಯಲಿ ನಿಮ್ಮ ಮನವೂ ಅರಳಲಿ."

ಭಾವಗಳ ಹಂಚಲು ಇರುವುದಿದೊಂದೇ ರೀತಿ

ಡಾ.ಮೃದುಲಾ.ಎ.ಎಮ್

ಸಾಹಿತ್ಯ, ಸಂಗೀತ, ಕಲೆ, ಸಂಸ್ಕೃತಿ.

ನೀಡಿ ಇದಕೆ ಪ್ರೇರಣೆ…ಮತ್ತು ಪ್ರೀತಿ…

ಭಾಗ ೫

ಹೆಣ್ಣು – ಹೊನ್ನು

ಡಾ.ಮೃದುಲಾ.ಎ.ಎಮ್

೩೯. ಪ್ರೇಮಪಾಕ

ಸಿಂಗಾರವ ಬಿಟ್ಟು, ಮಾಡು- ಹೋಳಿಗೆ, ಸೀಕರಣೆ,

ಚಿತ್ರನ್ನ, ಕೋಸಂಬರಿ.

ಹೊಟ್ಟೆಯಿಂದ ಹಾಯ್ದೇ ಅಂತೆ ಅವನ ಹೃದಯಕ್ಕೆ ದಾರಿ.

೯೦. ಹೆಣ್ಣು- ಹರಕೆಯ ಕುರಿ —/

ಒಲಿದು, ಕೈ ಹಿಡಿದು, ದುಡಿದು, ಬಸವಳಿದು,

ಹಡೆದು ಹೈರಾಣಾನಾದರೇನಂತೆ ಇನ್ನೂ ?

ಸಂಸಾರಕ್ಕೆ ನೀನೇ ಅಂತೆ ಕಣ್ಣ.

ಎಲ್ಲಾ ನೀನೇ ನೋಡಿಕೋ !!

೬೧. ನಮ್ಮಮ್ಮನಂತಾಗುತಿಹೆನು ನಾನೂ !!

ಬೇಗ ಏಳೆಂದು ಬೈದಾಗ ಗೊಣಗಾಡುತ್ತಿದ್ದ ನಾನು, ಈಗ

ಮಗಳನ್ನು ಏಳಿಸಲು ಹಾಗೇ ಕೂಗಾಡುತಿಹೆನು !

ಉಪ್ಪಿಟ್ಟು ಮಾಡಿದರೆ ಮೂಗುಮುರಿಯುತ್ತಿದ್ದ ನಾನು , ಈಗ

ವಾರಕ್ಕೆ ಮೂರು ದಿನ ರವೆ ಹುರಿಯುತಿಹೆನು !

ಮನೆಕೆಲಸ ಮಾಡೆಂದರೆ ಮುನಿಯುತ್ತಿದ್ದ ನಾನು, ಈಗ

ಬಿಡುವಿದ್ದರೂ ಹುಡುಕಿ ಬಟಾಣಿ ಸುಲಿಯುತ್ತಿಹೆನು !

ಸಿನಿಮಾ ನೋಡಲು ಬಿಡದಿದ್ದರೆ ಜಗಳವಾಡುತ್ತಿದ್ದ ನಾನು, ಈಗ

ನೆಟ್ ಫ್ಲಿಕ್ಸೇ ಇದ್ದರೂ ಟೀವಿ ಆರಿಸುತ್ತಿಹೆನು !

ಡಾ.ಮೃದುಲಾ.ಎ.ಎಮ್

ಕೆಲಸ ಬಿಟ್ಟುಬಿಡೆಂದು ಅಮ್ಮನ ಒತ್ತಾಯಿಸಿದ್ದ ನಾನು, ಈಗ

ಅರ್ಧ ರಜಹಾಕಲೂ ಹಿಂಜರಿಯುತಿಹೆನು !

ಕಾಲದ ಮಹಿಮೆಯೋ ಇದು ನಾ ಕಾಣೇ, ನಲವತ್ತರ ನಂತರ,

ನನಗೆ ತಿಳಿಯದೆಯೇ, ನಮ್ಮಮ್ಮನಂತಾಗುತಿಹೆನು ನಾನೂ !!

೯೧. ನನ್ನ ನಿಗೂಢ ರೂಪ

ನೆತ್ತಿಗೇರಿದರೆ ಕೋಪ,

ಕಿತ್ತು ಎಸೆಯುವೆನು ಸಿಕ್ಕಸಿಕ್ಕದನ್ನ.

ಉಕ್ಕಿ ಬಂದಾಗ ಪ್ರೀತಿ,

ಕಚ್ಚಿ ಹಾಕುವೆ ನಿನ್ನ ಗಲ್ಲವನ್ನ.

ಸ್ಮೃತಿ

ಹೆಚ್ಚಾದಾಗ ಹಸಿವು,

ಹುಚ್ಚೇರಿದಂತಾಡುವೆ ಜೋಪಾನ.

ಖುಷಿಯಲಿ ವಟಗುಟ್ಟಿ,

ದುಃಖವಾದರೆ ತಳೆವೆ ಭೀಕರ ಮೌನ.

ಸಂತೋಷದಲೂ ಒಮ್ಮೊಮ್ಮೆ

ಸುರಿಸುವೆ ಕಣ್ಣೀರ ಧಾರೆಯನ್ನ,

ಹೊಟ್ಟೆಕಿಚ್ಚಾದರೆ,

ಹುರಿದು ಬಿಡುವೆ ನಿನ್ನೆಲ್ಲ ಗೆಳತಿಯರನ್ನ.

ರೋಷ, ಪ್ರೀತಿ, ಹರುಷ, ಕೋಪ

ಡಾ.ಮೃದುಲಾ.ಎ.ಎಮ್

ಹೀಗೆ ನಿಮಿಷಕ್ಕೊಂದು ನನ್ನ ನಿಗೂಢ ರೂಪ.

ಜೀವ ಹಿಂಡಿ, ಪ್ರಾಣ ತಿಂದರೂ ನಿನ್ನ,

ಸದ್ದಿಲ್ಲದೆ ಸದಾ ನನ್ನ ಜೊತೆಯಲ್ಲಿರುವೆಯಾ ಚಿನ್ನ?

೯೨. ಇದು ನನ್ನದೇ ಯುದ್ಧ

ತಂದೆ ತಾಯಿಯರು ಜನ್ಮಿಸಿ ಸಾಕಿ ಸಲಹುವರಾದರೂ,

ಆಯಸ್ಸು ಮುಗಿಯುವ ತನಕ ಬಾಳಬೇಕಾದವಳು ನಾನೇ.

ಇದು ನನ್ನದೇ ಯುದ್ಧ

ಗೆಳತಿಯರು ಸಂತಸದೊಳು ಕೂಡಿ ನಕ್ಕು-ನಲಿದರೂ,

ದುಃಖ ಹೆಚ್ಚಾದಾಗ ಕೂತು ಅಳಬೇಕಾದವಳು ನಾನೇ.

ಇದು ನನ್ನದೇ ಯುದ್ಧ

ಬಾಳ ಸಂಗಾತಯು ಕೈಹಿಡಿದು ಜೊತೆಗೆ

ಡಾ.ಮೃದುಲಾ.ಎ.ಎಮ್

ನಡೆಯುವರಾದರೂ,

ಬಿರುಗಾಳಿ ಬಂದರೆ ನಲುಗದೆ ಹೆಜ್ಜೆ ಇಡಬೇಕಾದವಳು

ನಾನೇ!

ಇದು ನನ್ನದೇ ಯುದ್ಧ.

ಸುಖ-ಸಂಪತ್ತು, ಐಶ್ವರ್ಯ , ಆಳು ಕಾಳುಗಳಿದ್ದರೂ,

ಮಾಡಿದ ಪಾಪದ ಹೊರೆಯ ಹೊರಬೇಕಾದವಳು ನಾನೇ !

ಇದು ನನ್ನದೇ ಯುದ್ಧ

ಬಂಧು ಬಳಗ ಮಿತ್ರರು ಮಸಣದವರೆಗೆ ಬಂದರೂ,

ಗಂಡು ಮಗ ಚಿತೆಗೆ ಅಗ್ನಿ ಅಂಟಿಸಿ ಕೊಟ್ಟರೂ,

ಸುಟ್ಟು ಹೊಗೆಯಾಗಿ ಹಾರಿ,

ಪರ ಲೋಕದೆಡೆಗೆ ಪಯಣ ಮಾಡಬೇಕಾದವಳು ನಾನೇ !

ಇದು ನನ್ನದೇ ಯುದ್ಧ

ನನ್ನ ಬಾಳು, ನನ್ನದೇ ಹೋಣೆ !

೯೧. ಹೆಣ್ಣು ಹೆತ್ತವರ ಹಾಡು

ಬೇಗನೆ ಏಳು.

ಹೇಳಿದ್ದ ಕೇಳು

ನಾಳೆ ನಾನೇನೂ ಹೇಳಿಕೊಟ್ಟಿಲ್ಲ ನಿನಗೆ ಎನುವರು.

ಡಿಗ್ರಿ ಮಾಡಿಕೋ.

ಡಾ.ಮೃದುಲಾ.ಎ.ಎಮ್

ಯಾವುದೋ ಒಂದು ಹವ್ಯಾಸ, ಬೇಕಾದರೆ ಬೆಳೆಸಿಕೊ..

ಮೊದಲು ಡಯಟ್ ಶುರುಮಾಡಿ, ಜಿಮ್ ಸೇರಿಕೊ,

ಅಡುಗೆಯ ಕಲಿ.

ಕೋಸಂಬರಿ, ಪಲ್ಯ, ಎರಡು ತರಕಾರಿ ಹುಳಿ.

ಅವನ ಮನಸ್ಸಿಗೆ ದಾರಿ ಅದೇ ಎಂದು ತಿಳಿ.

ಮನೆ ಸ್ವಚ್ಛಗೊಳಿಸು.

ಅಂಗಳವ ಗುಡಿಸಿ,ಸಣ್ಣ ರಂಗೋಲಿ ಬಿಡಿಸು.

ಹಾಗೇ ಕೆನ್ನೆಗೊಂದಿಷ್ಟು ಅರಿಸಿನವ ಲೇಪಿಸು.

ಹಾಡಲು ಬರಬೇಕು.

ಎರಡು ದೇವರ ನಾಮ ಗೊತ್ತಿದ್ದರೆ ಸಾಕು.

ಪೂಜೆ, ಸಂಸ್ಕಾರ ಎಲ್ಲ ಕಲಿಯಲೇಬೇಕು.

ಮೆಲ್ಲಗೆ ನುಡಿ,

ಎದುರು ಮಾತಾಡದೆ, ತಗ್ಗಿ-ಬಗ್ಗಿ ನಡಿ.

ಆಸೆ, ಬಯಕೆಗಳನೆಲ್ಲ ತಡೆಹಿಡಿ.

ಬೇಗನೆ ಏಳು.

ಹೇಳಿದ್ದ ಕೇಳು.

ನಾಳೆ ಗಂಡನ ಮನೆಗೆ ಹೋದಾಗ,

ನಾನೇನೂ ಹೇಳಿಕೊಟ್ಟಿಲ್ಲ ನಿನಗೆ ಎನುವರು.

ಡಾ.ಮೃದುಲಾ.ಎ.ಎಮ್

೯೧. ತಾಯಿಯ ಹಾಡು...

ಕಂದಮ್ಮ ಆ ನಿನ್ನ ಮೊದಲ ಅಳು

ನನ್ನೆಲ್ಲ ನೋವನ್ನು ಮರೆಸಿತ್ತು,

ಮಡಿಲಲ್ಲಿ ನಿನ್ನನ್ನು ಹಿಡಿದಾಗ

ಕಣ್ಣಲ್ಲಿ ಕಿರುಹನಿಯು ಮೂಡಿತ್ತು.

ಮುದ್ದಾದ ನಿನ್ನ ಮೊಗವ ಕಂಡಾಗ

ಮನದಲ್ಲಿ ಮಮಕಾರ ಚಿಮ್ಮಿತ್ತು,

ಪಿಳಪಿಳನೆ ನೀ ಕಣ್ಣ ಬಿಟ್ಟಾಗ

ಸಂತಸದ ಹೊಸ ಧಾರೆ ಹರಿದಿತ್ತು.

ಕಾತುರದಿ ನೀ ತುಟಿಯ ತೆರೆದಾಗ

ನನ್ನ ತುಟಿಯ ಮೇಲೊಂದು ನಗುವಿತ್ತು,

'ಅಮ್ಮಾ ಹಸಿವೆನಗೆ' ಎಂದಂತೆ

ಮನದಲ್ಲೇ ನನಗಾಗ ಕೇಳಿತ್ತು.

'ಬಾ ಕಂದ ನಿನಗೀಗ ಹಾಲುಣಿಸುವೆ'

ಎಂದೆನುತ ನನ್ನ ಮನಸ್ಸು ಹಾರಿತ್ತು,

ಆತುರದಿ ನೀ ಹಾಲ ಕುಡಿದಾಗ

ಉಲ್ಲಾಸ ಭೋರ್ಗರೆದು ಸುರಿದಿತ್ತು.

'ನಿನ್ನನ್ನು ನಾ ಹೀಗೇ ಪೋಷಿಸುವೆನು,

ಎದೆ ಹಾಲ ಅಮೃತವ ನಿನಗೆರೆವೆನು,

ಹೊರಹಾಲ ಎಂದೆಂದೂ ನಾ ನೀಡೆನು,

ನಿನ್ನ ಜೀವ ನನ್ನ ಜೀವ ಎಂದೆನುವೆನು.'

ಡಾ.ಮೃದುಲಾ.ಎ.ಎಮ್

ಅಮ್ಮನಾ ಈ ಹಾಡ ಕೇಳುತ್ತಾ

ಹಸುಗೂಸು ಮುಗುಳ್ನಗುತ ಮಲಗಿತ್ತು,

ಎದೆಹಾಲು ನೀಡಿದ್ದ ಪೋಷಣೆಯಲಿ

ಆರೋಗ್ಯ ಶಿಶುವಾಗಿ ಬೆಳೆದಿತ್ತು !

ಕವಿ ಪರಿಚಯ

ಡಾ ಮೃದುಲ, ಒಬ್ಬ ವೈದ್ಯೆ , ಲೇಖಿಕಿ ಹಾಗೂ ಸಾಹಿತ್ಯ ಪ್ರೇಮಿ.
ಬೆಂಗಳೂರಿನಲ್ಲಿ ಮಕ್ಕಳ ತಜ್ಞೆಯಾಗಿ ಕೆಲಸ ನಿರ್ವಹಿಸುತ್ತಿರುವ
ಇವರು , ಬಿಡುವಿನ ಸಮಯದಲ್ಲಿ ಕನ್ನಡ ಹಾಗ ಆಂಗ್ಲ
ಕವಿತೆಗಳನ್ನು ಬರೆಯುವ ಹವ್ಯಾಸ ಹೊಂದಿರುತ್ತಾರೆ.

ಅನೇಕ ಕವಿಗೋಷ್ಠಿಗಳಲ್ಲಿ ತಮ್ಮ ಕವನಗಳನ್ನು ವಾಚಿಸಿದ್ದು,
ಪತ್ರಿಕೆ ಹಾಗೂ ಕವನಸಂಕಲನಗಳಲ್ಲಿಯೂ ಕವಿತೆಗಳನ್ನು
ಪ್ರಕಟಿಸಿರುತ್ತಾರೆ.

ಸ್ಮೃತಿ, ಇವರ ಈ ಮನಮುಟ್ಟುವ ಕವಿತೆಗಳ ಮೊದಲ ಸಂಗ್ರಹ
.